மணி - மொழி

சென்னை ஆர்ட்ஸ் அட்டா

சாகரம் பதிப்பகம்

நன்றி நவில்தல்

இப்படைப்பு உருவாக ஆதாரமாக இருந்த மணியின் படைப்புகளின் படங்களைத் தந்துதவி அவற்றை இப்புத்தகத்தில் சேர்க்க அனுமதி அளித்த மணியின் படைப்புலகத்தின் உரிமையை ஆளும், மணியின் புதல்வி திருமதி உமா பத்மநாபன், பேராசிரியர் திரு சிவக்குமார் ஆகியோருக்கு எனது நன்றிகளை உரித்தாக்குகிறேன். மணியின் உருவப்படங்களை எடுத்தாள அனுமதி தந்த திரு ஜோதி பட் அவர்களுக்கும், வழி காட்டிய ஆசிய ஆர்ட் ஆர்க்கைவ்ஸ் நிறுவனத்தார்க்கும் எனது நன்றிகள்.

தமிழில் மொழியாக்கம் செய்துதவிய திரு அரவிந்த் வடசேரி அவர்களுக்கு நன்றி. வடிவமைத்துக் கொடுத்த திரு லட்சுமி நாராயணன், திரு பிரகாஷ் ஆகியோருக்கு நன்றிகள்.

ஓவியங்களைக் காண்பதற்கும் அவற்றைப் பற்றி எழுதுவதற்கும் எனக்கு தூண்டுதலாக இருந்த எழுத்தாளர்கள் அலி ஸ்மித், சஞ்சய் குமார், தேனுகா மற்றும் காலரிஸ்ட் ஷரன் அப்பாராவ் அவர்களுக்கு நன்றிகள். இந்தப் புத்தகம் உருவாக்கும் எண்ணத்தை என்னுள் விதைத்த தக்ஷின சித்திரா அமைப்பினருக்கும், இம்முயற்சியில் பல்வேறு வகையில் துணை நின்று ஊக்கம் அளித்த அனிதா பொட்டம்குலம் அவர்களுக்கும் நன்றி.

மணியைக் குறித்த புத்தகங்களைக் கலந்தாய்வு செய்ய, நூலக அனுமதி தந்துதவிய சென்னை லலித் கலா அகாடமி மற்றும் ஸ்டெல்லா மேரிஸ் கல்லூரி நிர்வாகத்தினருக்கும் நன்றி.

சென்னை ஆர்ட்ஸ் அட்டா என்ற இந்த முயற்சிக்கு நம்பிக்கையூட்டிய நண்பர் அமருக்கு நன்றி. என் முயற்சிகளுக்கு உறுதுணையாக இருக்கும் என் குடும்பத்தினருக்கு அன்புகலந்த நன்றிகள்.

சென்னை ஆர்ட்ஸ் அட்டா

2024 ஆம் ஆண்டு மணி என்றழைக்கப்பட்ட ஓவியர் கே.ஜி.சுப்ரமண்யம் அவர்களின் நூற்றாண்டாக நாடெங்கிலும் பல ஓவியக் கூடங்களில் கொண்டாடப் படுகிறது. M F ஹுசைனின் சமகாலத்தவராகவும், கலை உலகத்தில் அவருக்குச் சமமாக போற்றப்பட்டவரானாலும், இவரைப் பற்றி பொது மக்கள் அதிகம் அறிந்திருக்கவில்லை. இவர் ஒரு தமிழர், தனது படங்களில் தன் கையொப்பத்தை தமிழில் இட்டவர் என்பது போன்றவை இவரை தமிழர்கள் அனைவருக்கும் அணுக்கமாகச் செய்யும். இருந்த போதும் இவரை தமிழர்களும் பெரும்பாலும் அறிந்திருக்கவில்லை.

இவரது நூற்றாண்டை ஒட்டி சென்னை தக்ஷின சித்ராவில் ஒருங்கமைக்கப்பட்ட ஓவியக் காட்சியின் நடுவே சில மணிப் பொழுதுகள் கழிக்க நேர்ந்தது. அப்போது அக்காட்சியைக் கண்டவர்கள் மனதில் எழுந்த ஐயங்கள், கேள்விகள் மற்றும் மேலும் அறிந்துகொள்ள வேண்டும் என்ற ஆர்வம் எமக்கு சென்னை ஆர்ட்ஸ் அட்டா எனும் இந்த முயற்சிக்கு உருவம் கொடுக்க இது ஒரு நல்ல தருணம் என்று தோன்றியது.

கலைகளைச் சுற்றி எழுப்பப்பட்டுள்ள அரண்களை உடைக்கவும், பல்வேறு கலைகளிடையே பாலங்களை அமைக்கவும். எளிய மக்களிடையே கலைகளை கொண்டு சேர்க்கவும் சென்னை ஆர்ட்ஸ் அட்டா பல முயற்சிகளை முன்னெடுக்கும்.

இம்முயற்சிகளின் தொடக்கமாக K G சுப்ரமண்யம் நூற்றாண்டில் இந்த சிறு நூலை முன்வைக்கிறோம்.

கே ஜி எஸ் - வாழ்வும் கலையும்

இளைய பருவம்

மணி என்றழைக்கப் பட்ட, கல்பாத்தி திரு ஜி.சுப்ரமண்யன் என்கிற K.G. சுப்ரமண்யன், 1924ஆம் ஆண்டு, கேரளாவின் திருப்பூணித்துறை எனும் சிறு நகரத்தை அடுத்த கூத்துபறம்பு என்ற கிராமத்தில், ஒரு தமிழ் பிராமணக் குடும்பத்தில் பிறந்தார்.

எளிதில் நோய்வாய் பட்டுவிடும் நொய்ந்த குழைந்தையாக இருந்ததாலும், வயது முதிர்ந்த தம்பதியர்க்கு வாய்த்த கடைக் குட்டி என்பதாலும், வீட்டிலேயே ஆரம்பக் கல்வி கற்பிக்கப்பட்ட சுப்ரமண்யன், தனது ஐந்தாவது வயதிலேயே வாசிப்பின்பால் ஈர்க்கப்பட்ட குழந்தையாக இருந்தார்.

பிற்காலத்தில், அவரது குடும்பம் பிரஞ்சு காலனியான மாஹேவிற்கு குடிபெயர்ந்தபோது, அங்கிருந்த பொது நூலகமே தஞ்சம் என்று மூழ்கினார். அந்த நூலகத்தில், L'Illustration (லில்லஸ்ஹாஷ்யோன்) எனும் பிரெஞ்ச் இதழ் வாயிலாக உலகளாவிய நுண்கலை படங்களையும், 'மாடர்ன் ரிவ்யு' என்ற கொல்கத்தாவில் இருந்து வெளி வந்த கலை இலக்கிய இதழின் வாயிலாக, சாந்திநிகேதன் கலைப் பள்ளியைப் பற்றியும், வங்காள ஓவியர்களின் படைப்புகளைப் பற்றியும் அவருக்கு அறிமுகம் ஏற்பட்டது.

மாஹேயில் தனது பள்ளிநாட்களிலேயே, மார்க்சிய சிந்தனைகளின் அறிமுகம் கிடைக்கப் பெற்ற மணி,

தேசியவாத கொள்கையினால் பெரிதும் கவரப்பட்டார். அக்காலத்தில் பிரெஞ்சுக் காலனியாக இருந்த மாஹே பல இந்திய சுதந்திரப் போராட்டத் தலைவர்களுக்கு ஆங்கிலேய அரசின் கெடுபிடிகளிலிருந்து தப்பிக்க புகலிடமாக இருந்தது.

இச்சூழலில் மணியின் உள்ளத்தில் காந்தியக் கொள்கைகளின் தாக்கம் ஆழமாக பதிந்துவிட்டது. அதுவே அவரது வாழ்க்கை முழுவதும், அவருடைய தனிமனித குணத்தையும், வாழ்க்கைத் தேர்வுகளையும் ரீ கல்வி, பணி, மற்றும் அவரது கலை செயல்பாடுகளின் வகைமையையும் வகை காணும் மூல காரணியாக அமைந்தது.

தமிழ் மற்றும் மலையாள கலாச்சாரங்கள் கலந்த கல்பாத்தியிலும், இந்திய பிரெஞ்சு கலாச்சாரங்கள் ஒன்றிணைந்த மாஹேவிலும், வாழ நேர்ந்ததால் ஒரு பரந்துபட்ட கலாச்சார பார்வையும் கலாச்சார பரிவர்த்தனைகள் குறித்த தாராள மனப்பான்மையும் அவருள் உருவாகியிருந்தது. இது புதிய கலாச்சாரங்கள் மற்றும் புதிய கருத்துக்களை எளிதாக தழுவிடவும், அதே சமயம் தனது தனிப்பட்ட அடையாளத்தை காத்துக் கொள்ளும் பக்குவத்தை அவருக்கு அளித்தது.

கல்லூரிப் படிப்பினை சென்னையில் தொடர விரும்பினார் மணி. ஆங்கிலேய அரசின் சவாலை அதன் கோட்டை வாசலிலேயே சந்திக்க அவர் எண்ணியிருக்கலாம். சென்னை மாநிலக் கல்லூரிக்கு விண்ணப்பித்து, நேர்முக தேர்வின் போதுதான், தான்

தரவரிசையில் முதன்மை மாணவர்களில் ஒருவரராக தேர்வாகி இருந்தது அவருக்குத் தெரியவந்தது. இலக்கியம் படிக்க விரும்பிய சுப்ரமண்யன், கல்லூரி முதல்வரின் ஆலோசனையின் பேரில் பொருளாதாரப் பட்டப்படிப்பில் சேர்ந்தார்.

மாநிலக் கல்லூரியின் நூலகத்தில் ஆனந்த குமரசுவாமியின் இலங்கையின் மத்தியகால கலைகள் குறித்த நூலினை கண்டடைந்தார். குமாரசாமியின் எழுத்துக்கள் மணியின் மீது பெரும் தாக்கத்தை ஏற்படுத்தின. கைவினைக் கலைகள் மற்றும் அவை எவ்வாறு ஒரு கலாச்சாரத்தின் சீர்மையின் மானியாக திகழ்கின்றன என்பது போன்ற கருத்துகளுடன் மணி தனது பிந்தைய கால எழுத்துக்களிலும் தொடர்ந்து ஊடாடிக் கொண்டிருந்தார்.

கல்லூரியில் பயின்ற காலத்தில், சிக்கனம் கருதி, திருவல்லிக்கேணியில் ஒரு மேன்ஷனில் தங்கியிருந்து படித்து வந்தார் மணி. மேன்ஷனுக்கு அடிக்கடி வந்து போய்க் கொண்டிருந்த ஒருநபர், மணியின் ஓவியங்களின் நேர்த்தியினை அடையாளம் கண்டு கொண்டு, அந்த ஓவியங்களை எடுத்துச் சென்று மெட்ராஸ் ஓவியக் கல்லூரியில் ஆசிரியராக பணியாற்றிவந்த பிரபல ஓவியர் கே சி எஸ் பணிக்கரிடம் காட்டினார். பணிக்கர் அவற்றை ஓவியக் கல்லூரியின் முதல்வர் டி பி ராய்ச்சௌத்ரியிடம் காட்டினார். மணியின் திறமையால் கவரப்பட்ட ராய்ச்சௌத்ரி, தன்னை வந்து சாந்திக்கும்படி மணிக்கு குறிப்பு அனுப்பினார்.

அவர்களின் சந்திப்பின்போது, மணி தவறான இடத்தில் தவறான படிப்பு படித்துக் கொண்டிருப்பதாகவும் அவர் இருக்க வேண்டிய இடம் ஓவியக் கல்லூரி எனவும் வலியுறுத்தினார். மணியின் விதி அவருக்கு வேறு பாதை வகுத்திருந்தது..

இந்தச் சூழ்நிலையில் மகனின் அரசியல் செயல்பாடுகளால் கவலையுற்று, அவரை கண்காணிக்க சென்னைக்கு வந்திருந்த தன் தகப்பானரையும் ராய் சௌத்ரியைச் சந்திக்க தன்னுடன் அழைத்துச் சென்றார் மணி.

மணியின் ஓவியத் திறன் குறித்து வெகுவாக பாராட்டி எடுத்துரைத்த ராய்சௌத்ரி, மணியின் அப்பாவை கவுரவிக்கும் விதமாக விஸ்கி அருந்தக் கொடுத்து உபசரிக்கலானார். திடுக்கிட்ட மணியின் தகப்பனார் தனது ஆசாரங்களைக் காரணம் காட்டித் தப்பித்துப் பிழைத்தார். இந்தச் சம்பவம் மற்றும் அதன் உபசெய்தியான மணியின் ஓவியத் திறன் குறித்த சௌத்ரியின் போற்றுதலும் ஊர் திரும்பிய அப்பாவின் வாயிலாக பிற குடும்பதினருக்கும் கதையாக சொல்லப்பட்டிருக்க வேண்டும்.

வெள்ளையனே வெளியேறு இயக்கம் தீவிரமாக பரவிக்கொண்டிருந்த காலம் அது. மணி, தனது தேசியவாத ஈடுபாட்டால், மாணவர்களிடையே ஒரு முக்கியமான தலைவராக உருவாகிக் கொண்டிருந்தார். ஆர்பாட்டங்களும் ஊர்வலங்களும் நடத்தி, மாணவர்கள் மற்றும் பொதுமக்கள் மத்தியில்

விடுதலைப் போராட்டத்திற்கு ஆதரவைப் பெருக்கிக் கொண்டிருந்தார்.

இதற்கிடையே, உலகப் போர் உச்சம் பெற்று, விடுதலை இயக்கம் ஊக்கம் இழக்கத் தொடங்கியிருந்தது. இதைப் பொறுக்க முடியாத சுப்ரமண்யன் வேறு சில மாணவர்களுடன் இணைந்து, விடுதலை இயக்கத்தின் எழுச்சியை மீட்டெடுக்க ஆயத்தனர். காலனிய அரசுக்கு சவால் விடும் விதமாக அரசின் காரிய செயலகத்தின் முன்பாக மறியல் மேற்கொண்டனர். அதற்குத் தண்டனையாக மணி, அல்லிபுரம் சிறையில் ஆறுமாத காலம் அடைக்கப்பட்டார். இதனால் அவரது கல்லூரிப் படிப்பு தடைபட்டதுடன் காலனிய அரசின் எந்த ஒரு கல்வி நிறுவனத்திலும் சேர மணிக்கு தடை விதிக்கப்பட்டது.

மேற்சொன்ன நிகழ்வுகள், மணி இந்திய அரசியலின் மிகப்பெரிய தலைவராக உருவாகிட நல்ல கருவாக அமைந்திட வாய்பிருப்பதை காட்டுகின்றன. இருப்பினும் மணிக்கு அப்படியான அரசியல் அபிலாஷைகள் எதுவும் இருக்கவில்லை. அவர் நிலத்தில் கால் பதித்து நிஜத்தில் வேர் பிடிக்கவே விரும்பினார். தனது சிறை வாழ்க்கையைப் பற்றி பின்னாட்களில் நேர்காணல்களில் நினைவு கூறும் போதும்கூட, அதை மற்றுமொரு பயிலகம் சென்று கல்வி கற்றதைப் போன்ற அனுபவமாகவே, மற்றுமொரு சாதாரண நிகழ்வு போலவே குறிப்பிட்டு கடந்து செல்கிறார் மணி.

தேசிய அரசியலுக்கு தான் தோதானவனல்ல எனும் எண்ணம் சிறையில் இருக்கையில் அவருக்கு ஏற்பட்டது. வேறு எவ்வகையிலான செயற்பாடுகளின் மூலம் தன்னால் இந்திய தேசியத்துக்கு வலு சேர்க்க முடியும் என்ற சிந்தனையில் ஆழ்ந்தார்..

இந்நேரத்தில், மங்களூரில் போலீஸ் அதிகாரியாக இருந்த அவரது அண்ணனின் சமயோசிதமான புத்திசாலித்தனமான குறுக்கீடு அவருக்கு சிறப்பானதொரு வழிகாட்டுதலாக அமைந்தது.

மணியின் ஓவியத்திறமை குறித்த டி பி ராய்சௌதிரியின் பாராட்டுக்களை தந்தையின் வாயிலாக கேட்டு அறிந்திருந்த அவர், சில ஓவியங்களை சாந்தி நிகேதனின் நந்தலால் போஸிற்கு அனுப்பி, மணியை அங்கே மேற்படிப்புக்கு சேர்த்துக் கொள்ள வேண்டி கடிதம் எழுதி இருந்தார். நந்தலால் போஸும் தந்தியனுப்பி மணியை சாந்தி நிகேதன் வந்து சேரும்படி அழைப்பு விடுத்திருந்தார்.

Image Credit : By Billjones94 - Own work, CC BY-SA 4.0, https://commons.wikimedia.org/w/index.php?curid=118159078

சாந்திநிகேதனில் ஆளுமைகளும், அவர்களின் தாக்கமும்

ரவீந்திரநாத் தாகூர்:

தாகூர் 1941ஆம் ஆண்டே காலமாகியிருந்தார். 1944 ஆம் ஆண்டு மணி வந்து சாந்திநிகேதன் சேர்கையில், எங்கும் நிறைந்திருந்த தாகூரின் இல்லாமையின் இருப்பை மணி ஒவ்வொரு நொடியும் உணர்ந்தார்.

சாந்திநிகேதன் 1901ஆம் ஆண்டு ஒரு உயர்நிலைப் பள்ளியாக தாகூர் குடும்பத்தினாரால் தொடங்கப்பட்டது. உலகளாவிய ஞானத்தையும் நற்கருத்துக்களையும் போதிக்கின்ற, இயற்கையுடன் இயைந்த கல்வியை போதிக்கும் நோக்கத்துடன் அது நிறுவப்பட்டிருந்தது.

1920 இல் அது ஒரு பல்கலைக் கழகமாக உருவெடுத்தது. இந்தக் காலத்தில்தான் கலாபவன என அழைக்கப்பட்ட கலைப் பள்ளியும் உருவானது. இயற்கையுடன் இயைந்த கலையும் வாழ்வும் கொள்கையைக் கொண்டு செயல்படத் தொடங்கியது கலாபவன.

தனது பயணங்களில் எதிர்பட்ட சிறந்தவை அனைத்தையும் சாந்திநிகேதன் பல்கலைக் கழகத்திற்கு கொண்டு வந்து சேர்க்க வேண்டும் எனும் பேராவல் கொண்டிருந்தார் தாகூர். 1919 இல் ஸ்டெல்லா க்ராம்ரிச் எனும் அமெரிக்க கலை வரலாறு நிபுணரை கலா பவனவிற்கு ஆசிரியராக அழைத்து வந்து அமர்த்தினார்.

1921 இல் தனது ஐரோப்பிய சுற்றுப் பயணத்தின்போது, பாவ்ஹாஸ் எனும் நுண்கலைப் பள்ளியின் கலைஞர்களின் படைப்புகளை தாகூர் காண நேர்ந்தது. அவர்களின் படைப்புகளால் மிகவும் கவரப்பட்ட தாகூர், அப்படைப்புகளின் கண்காட்சியினை கல்கத்தாவில் நடத்த ஆவன செய்தார். இந்திய துணைக் கண்டத்திலேயே முதன்முறையாக வாசிலி கண்டின்ஸ்கி மற்றும் பால் க்லே போன்ற நவீன ஓவியர்களின் அப்ஸ்ட்ராகட் வகை, அருவ ஓவியங்களை காட்சிப்படுத்திய பெருமைக்குரியது இந்தக் கண்காட்சி.

அதுவரையிலும் யதார்த்தபாணி ஓவியர்கள் கொண்டிருந்த பழமையான பார்வையினை தகர்த்து, ஒரு புரட்சிகர மனமாற்றத்தை அவர்கிளிடையே ஏற்படுத்தியது இந்தக் கண்காட்சி. தீவிர யதார்த்தபாணி ஓவியராக அறியப்பட்ட ககநேந்த்ரநாத் தாகூர் கூட க்யூபிச பாணி ஓவியங்களை முயன்று பார்க்க தூண்டுதலாக அமைந்தது இந்தக் கண்காட்சி.

ககநேந்தரநாத் கியூபிசத்தை பல்வேறு வடிவ முகங்களைக் கொண்ட ஓவியங்களை வடிவமைக்கும் உத்தியாகக் கண்டார். ஒவ்வொரு பார்வையிலும் புதிய மாறுபட்ட தோற்றங்களை அளிக்கக் கூடிய ஓவியங்களை வடிவமைக்கும் இந்த முயற்சி, பின்னாட்களில் மணியின் மீது பெரும் தாக்கத்தை செலுத்தியது. இருப்பினும் தனக்கான தனித்துவம் மிக்க ஒரு பாணியினை மணி முதலில் கண்டடைய வேண்டியிருந்தது.

படைப்புச் சுதந்திரம் மிக்க ஒரு சூழலைச் சாந்திநிகேதனில் உருவாக்க தாகூர் முனைந்தார்.

கலை வரலாறு ஆசிரியர் ஸ்டெல்லா க்ராம்ரிச், சமூக ஆர்வலர் சி எஃப் ஆண்ட்ரூஸ், சில்வியன் லெவி, கோட்பாட்டாளர் பேட்ரிக் கெட்டெஸ் போன்றவர்கள் அடங்கிய ஒரு அறிஞர் சமூகத்தை மேற்க்கில் இருந்து திரட்டி சாந்திநிகேதனில் ஸ்தாபித்திருந்தார். இவர்களின் பங்களிப்பினால் சாந்திநிகேதனில் கல்வி மற்றும் வாழ்வு முறை உயிரோட்டம் மிக்கதாக விளங்கியது.

நந்தலால் போஸ்

நந்தலால் போஸ் அபணீந்த்ரநாத் தாகூரின் முதன்மை மாணவர்களில் ஒருவர். அவரது தனித்துவத்தை விரைவிலேயே அடையாளம் கண்டுகொண்ட ரபீந்திரநாத் தாகூர், 1923இல் நந்தலாலை சாந்திநிகேதனின் நுண்கலைப் பள்ளியான கலா பவனாவின் முதலாவது முதல்வராக பதவியேற்க அழைத்தார்.

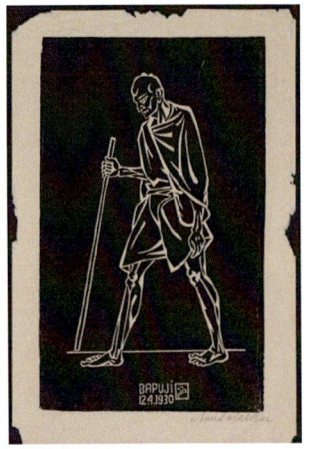

1930 இல் காந்திஜியின் தண்டி யாத்திரையைப் போற்றும் விதமாக உருவாக்கப்பட்ட ஒரு லினோடைப் வகை ஓவியம் வாயிலாக நந்தலால் தேசிய அளவில் பெரும்

Image of the Linocut, from https://www.artic.edu/artworks/201528/mahatma-gandhi-bapuji-on-the-dandi-march

Image on the left: Mother feeding child, 1937 by Nandalal.
Image on the right: Mother and Child, 1953 by Subramanyan.

புகழை எய்தினார். மணியைப்போலவே நந்தலாலும் தீவிர தேசபக்தரும் காந்தியின்பால் பெருமதிப்பு கொண்டவருமாக இருந்தார்.

நந்தலால் போஸின் ஹரிபுரா தட்டிகள் மிகவும் புகழ் பெற்றவை. 1938 இல் ஹரிபுராவில் நடந்த இந்திய தேசிய காங்கிரஸ் மாநாட்டிற்காக காந்திஜியின் வேண்டுகோளுக்கு இணங்க செய்யப்பட்டவை இந்த ஓவியத் தட்டிகள். இவை அஜந்தா பாணி ஓவியங்களின் சாயலில் எளிய மக்களின் அன்றாட வாழ்வினையும் அவர்களின் பல்வேறு தொழில்களையும் சித்தரிப்பவை.

பின்னாட்களில், 1950 ஆம் ஆண்டு, நேருவும் இந்திய அரசியலமைப்புச் சட்டப் புத்தகத்தின்

அச்சுப் பிரதியை அலங்காரம் செய்ய நந்தலாலுக்கு அழைப்பு விடுத்தார்.

அஜந்தா சுவரோவியங்களின் செறிவையும் ஜப்பானிய ஓவியங்களின் வண்ணக்கலவைகளையும், எளிமையையும் கொண்டிருந்தது அவருடைய பாணி. கலையானது யதார்த்தத்திற்கு அருகாமையில் இருக்க வேண்டும் எனும் திடமான நம்பிக்கையைக் கொண்டிருந்தார் அவர். இக்கருத்துரு சுப்ரமண்யனின் சிந்தனையில் ஆழமான பாதிப்பை ஏற்படுத்தியது.

முதன் முறையாக மாஹே நூலகத்தில், மாடர்ன் ரிவ்யு இதழில் நந்தலாலின் சித்திரங்களைப் பார்த்ததை மணி எப்பொழுதும் நினைவுகூருவதுண்டு. மணி இந்த சித்திரங்களைக் கண்டு ரசித்திருந்த சமயம், குறுக்கிட்ட ஒரு பிரெஞ்சுக்காரர், நந்தலாலை பெரும் கலைஞன் என வியந்து பாராட்டியது மணியின் நினைவில் நீங்கா இடம் பெற்றிருந்தது. ஒரு இந்திய ஓவியரை வெளிநாட்டு நிபுணர் ஒருவர் புகழ்ந்து பாராட்டியது நந்தலால் பற்றி ஒரு பெரும் பிம்பத்தை மணியின் மனதில் எழுப்பியிருக்க வேண்டும். நந்தலாலின் மீது வாழ்நாள் முழுவதும் வியப்பும் மரியாதையும் மிக்கவராக இருந்தார் மணி.

மணி சாந்திநிகேதனை வந்து சேர்ந்த போது, தாகூரின் வழிகாட்டுதல் இல்லாமல் தானே கலாபவனாவை முன் நின்று நடத்தவேண்டிய பொறுப்பில் இருந்தார் நந்தலால். இக்காலத்தில் ஒரு சீனியர் பயிற்றுனருடன் ஒரு மாணவன் இணைந்து பணியாற்றி கற்றுக்கொள்ளும்

அப்ரென்டிஸ் கல்வி முறையை மீட்டுருவாக்கம் செய்து அறிமுகப்படுத்தினார் நந்தலால்.

சுதந்திரமும் பரிசோதனை முயற்சிகளும் நிரம்பிய இந்தச் சூழலில் மணி திளைத்து கலைகள் பல பயில ஏதுவாக இருந்தது. மேலும் நந்தலால், மாணவர்களுக்கு விரிவானதொரு செயல்முறை பாடத்திட்டத்தை வகுத்திருந்தார். நுண்கலை நுட்பங்கள் மட்டுமின்றி புக் பைன்டிங், பதிக், அச்சுக்கலை, பூந்தையல் போன்ற கைவினைகளையும் மாணவர்கள் கற்கும் வாய்ப்பை ஏற்படுத்திக் கொடுத்தார்.

நந்தலால் போஸின் நினைவையும் மரபையும் சாந்திநிகேதன் தொடர்ந்து கொண்டாடிக் கொண்டிருக்கிறது. அவருடைய பிறந்த நாளையொட்டி ஆண்டுதோறும் டிசம்பர் மாதத்தில் நந்தன் மேளா எனும் மாணவர்கள் தங்களது கலைப் படைப்புகளை பொதுமக்களின் பார்வைக்கும் விற்பனைக்கும் வைக்கும் கண்காட்சி நடைபெறுகிறது. அவரின் நினைவாக பல்கலைக் கழக வளாகத்தில் அமைந்திருக்கும் ஓவியக்காட்சி கூடமும் நந்தன் என அவரது பெயராலேயே அழைக்கப்படுகிறது.

பினோத் பெஹாரி முகர்ஜி

அந்நாட்களில் சாந்திநிகேதனில் ஆசிரியராக பணியாற்றிவந்த இன்னொரு மேதை பினோத் பெஹாரி முகர்ஜி. தலைசிறந்த ஓவிய ஆசிரியர்களில் முகர்ஜியும் ஒருவர் என்று ஸ்டெல்லா க்ராம்ரிச் பதிவு செய்துள்ளார்.

பிற ஆசிரியர்களைவிட அவர் வயதில் மிகவும் இளையவர் என்பதால் மணி அவருடன் நெருக்கமாக உணர்ந்தார். முகர்ஜி ஓவியத்தைப் பகுத்தாயும் முறையில் வல்லவர். அவரது பார்வைக் குறைபாட்டின் காரணமாக களத்திற்கு சென்று ஓவியம் வரைவதை தவிர்த்தார், பெரும்பான்மை நேரமும் தனது ஸ்டுடியோவிலேயே அமர்ந்து பணிபுரிந்தார்.

தனது இறுதியாண்டு படிப்பின் போது மணி, சாந்திநிகேதன் இந்தி பவனில் முகர்ஜி மேற்கொண்டிருந்த ஒரு சுவரோவியத்தை முடிக்க உதவியது பெரிதும் பேசப்பட்டது. சுவர் ஓவியத்தின் ஒரு பகுதியை தனித்து செய்யும் பெருமையை முகர்ஜி மணிக்கு அளித்தார். தனது குருவுடன் இணைந்து பணியாற்றும் இவ்வாய்ப்பினை பெரும் பேறாக மணி உணர்ந்தார்.

Photo: Mani as a student with Behari babu

பிற்காலத்தில் முகர்ஜி மணியின் மீது ஒரு தந்தைக்குண்டான பரிவுணர்வுடன் பழகினார். பின்னாட்களில், சித்ரகார் எனும் முகர்ஜியின் நூலை மணி ஆங்கிலத்திற்கு மொழிபெயர்த்தார். மேலும் லலித் கலா அகாதமி வெளியிட்ட மூவிங் ஃபோகஸ் எனும் தனது

முதல் நூலான ஓவியங்கள் குறித்த கட்டுரைத் தொகுப்பினை முகர்ஜிக்குத்தான் காணிக்கையாக்கினார் மணி.

ராம் கிங்கர் பாய்ஜி

அந்நாட்களில் சாந்திநிகேதனில் ஆசிரியராக பணியாற்றிய மும்மூர்த்திகளில் ஒருவர் ராம் கிங்கர் பாய்ஜி. இவரும் இளம் வயதினர் என்பதால் மணி இவரிடமும் நெருங்கிப் பழகினார். முகர்ஜியைப்போலன்றி, ராம் கிங்கர் களஓவியராக இருந்தார். சாந்திநிகேதனை ஒட்டியிருந்த சந்தால் குடியிருப்புப் பகுதிகளுக்கு ஓவியம் தீட்டச் செல்லும் இவருடன் மணியும் சேர்ந்துக் கொள்வார்.

Photo: Mill Call, 1956, photo by Jyoti Bhatt

ராம் கிங்கர் சிற்பக் கலைக்கு பெயர் பெற்றவர். அப்பகுதியில் வாழ்ந்துவந்த சாதரண மனிதர்களை சித்தரிப்பவை இந்த சிற்பங்கள். சந்தால் குடும்பம் (சந்தால் பேமிலி) என்ற சிற்பமும் ஆலையின் சங்கு (மில் கால்)போன்ற சிற்பங்கள் உலகப் புகழ்ப் பெற்றவை.

முதன்முறையாக சாதாரண மக்கள் சிலைகளாக வடிக்கப் பெற்று, மகத்துவப்படுத்தப்பட்டனர்.

எந்தவொரு தாளாளரின் நிதி கொடையைக் கொண்டோ, எந்தவொரு குழிவின் அமைச்சுப் பணியாகவோ இவை உருவாக்கப் படவில்லை என்பது இவற்றிற்கு மேலும் சிறப்பு சேர்க்கிறது. (சென்னையின் மெரினா கடற்கரையை அலங்கரிக்கும் உழைப்பாளர் சிலைக்கு இது பலவகையில் ஒரு முன்னோடி எனலாம்.)

இந்த மூன்று கலைஞர்களும் கலை உலகின் புரட்சியாளர்களாகவும் காவிய நாயகர்களாகவும் திகழ்ந்தனர் எனலாம். இவர்களின் குருகுலத்தில் பயின்றது மணிக்கு பெரிய நன்மையாக அமைந்ததோடு, இந்த மும்மூர்த்திகளின் புரட்சிகர சிந்தனைகள் அவருடைய ஆளுமையை பெரிதும் செதுக்கின.

கல்லூரி வாழ்க்கைக்குப் பிறகு

1948 இல் பட்டம் பெற்ற பிறகு இன்னும் சிறிது காலம் சாந்திநிகேதனை பிரிய மனமில்லாமல் அங்கேயே தங்கியிருந்தார் மணி. பிறகு நந்தலாலின் தூண்டுதலின் பேரில் கல்கத்தாவில் ஒரு நகைக் கடையில் வடிவமைப்பு சார்ந்த பணியில் சேர்ந்தார். 1949 இல் இன்றைய ஹரியானா மாநிலத்தின் கர்னாலுக்கு அருகே நிலு கேரி எனுமிடத்தில் அமைந்திருந்த, பிரிவினையால் பாதிக்கப்பட்ட மக்களுக்கான மறுவாழ்வு மையத்தில் தொழிற்பயிற்சி கற்பிக்கும் பணியில் ஈடுபட்டார்.

சில மாதங்களுக்குப் பிறகு, இந்த அமைப்பின் தில்லி கிளைக்கு மாற்றலானார். தில்லியில் பல்வேறு சிறு வேலைகளைச் செய்தார். இந்திய கூட்டுறவுத்

துறைக்காக பொம்மைகள், போஸ்டர்கள், பேனர்கள் போன்றவற்றை வடிவமைத்தார். இந்தக் காலத்தில்தான் அவர் சுசீலாவை மணந்துக் கொண்டார்.

திருமணம்

மணி சாந்திநிகேதனில் தான் சுசீலாவை சந்தித்தார். ஓவியப் பள்ளியில் தொழிற் கல்விகக்கான பயிற்சிக்கு அங்கே வந்திருந்தார் சுசீலா. சுசீலாவும் ஒரு காந்தியவாதி என்பதுதான் அவர்களுக்குள் நெருக்கத்தை ஏற்படுத்தியிருக்க வேண்டும். 1950 ஆம் ஆண்டு அவர்கள் திருமணம் புரிந்தனர்.

பரோடாவில் புதிதாக தொடங்கப்பட்ட ஓவியத் துறையில் ஆசிரியர்கள் நியமனத்திற்கான அறிவிப்பை மணி காண நேர்ந்தது. இது சாந்திநிகேதன் போன்ற ஒரு புதிய முயற்சியின் தொடக்கம் என்பதை கண்டு கொண்ட மணி, இந்தப் பணிக்கு விண்ணப்பம் செய்து, தேர்வு செய்யப்பட்டு பரோடாவிற்கு குடிபெயர்ந்தார்.

Photo: Mani with Susheela and Uma

பரோடாவிற்கு இடம் பெயர்தல்

பரோடா ஓவியப் பள்ளி உருவான தொடக்க காலத்திலேயே, 1950 இல் அங்கே விரிவுரையாளராக பணியில் சேர்ந்தார் மணி. பாடத்திட்டம் வடிவமைப்பதில் அவர் முக்கிய பங்காற்றினார்.

என் எஸ் பெந்த்ரே மற்றும் சாங்கோ சௌத்ரி ஆகியோர் இந்தக் காலத்தில் அவருடன் பணியில் சேர்ந்த சமகால ஓவியர்கள் ஆவார்கள். இவர்கள் ஒருங்கிணைந்து புதிய பள்ளியின் எதிர்காலத்தை வளர்த்தெடுத்தனர்.

லண்டன் பயணம்

1955 இல் மணிக்கு லண்டனின் ஸ்லேட் நுண்கலைக் கல்லூரியில் உதவித்தொகையுடன் பயில, லண்டன் செல்லும் வாய்ப்பு கிடைத்தது. அதன் ஓவியத்துறையின் 'உப்புசப்பற்ற மேட்டிமைத்'தனம் அவருக்கு உவப்பானதாக இருக்கவில்லை. எனவே ஓவியம் தவிர்த்து, சித்திர அச்சு தயாரிப்பு (பிரிண்ட் மேகிங்) துறையில் பயில முடிவு செய்தார். அங்கு விக்டர் பாஸ்மோர், அந்தோணி கிராஸ், செறி ரிச்சர்ட்ஸ் போன்ற கலைஞர்களை சந்திக்கும் வாய்ப்பு பெற்றார்.

மணியின் படைப்புகளால் பெரிதும் கவரப்பட்ட கிராஸ், மணியின் ஓவியங்களை தன்னுடைய சேகரிப்பில் சேர்த்துக் கொண்டார். அப்பகுதியில் அமைந்திருந்த கிருத்துவ தேவாலயங்களிலும் கலைக்கூடங்களிலும் விளங்கிய கலைப் படைப்புகளைப் பார்வையிட்ட

மணி, இடைக்கால ஓவியங்கள்பால் மிகுந்த ஈடுபாடு கொண்டார்.

அவருக்கு லண்டனில் தங்க மேலும் கால நீட்டிப்பு அளிக்கப்பட்டபோதும், அப்பொழுது பிறந்த மகள் உமாவுடன் இருக்கும் பொருட்டு தாயகம் திரும்பினார்.

கைத்தறித் துறையில் வேலை

1959 முதல் 1961 வரை ஆசிரியர் பணியை துறந்து கைத்தறி வாரியத்தில் வடிவமைப்பு பிரிவின் துணை இயக்குநராக பதவியேற்றார் மணி. அவருக்கு கைவினைக் கலைகளின் மீதிருந்த ஆர்வத்தை மீட்டெடுக்கவும், கைவினைக் கலைஞர்களுடன் பணியாற்றவும் இந்தக் காலம் அவருக்கு வாய்ப்பளித்தது.

அத்துறையின் விநியோகப் பிரிவின் குறைபாடுகள் காரணமாகவே, சிறப்பாக வடிவமைக்கப்பட்ட போதிலும், தயாரிப்புக்கள் சரியாக சந்தைப்படுத்தப்படாததால், படைப்புக்குத் தகுந்த மதிப்பு பெறவில்லை என அவர் எண்ணினார்.

கைத்தறிப் பொருட்களின் நேர்த்தியான வடிவைமைப்பையும் அவற்றின் சந்தை மதிப்பையும் நிரூபனம் செய்ய பம்பாயில் ஒரு கண்காட்சியை ஒருங்கிணைக்கச் செய்தார் மணி. இந்தக் கண்காட்சியில் காட்சிப் படுத்தப்பட்டிருந்த வடிவமாதிரிகள் அனைத்தும் விற்று தீர்ந்ததோடல்லாமல், ஏராளமான ஆர்டர்களும் வந்து குவிந்தன. அதன் பிறகு வெகு விரைவிலேயே மணி பரோடாவில் ஆசிரியப்பணிக்கு திரும்பினார்.

இருப்பினும் மேலும் சில ஆண்டுகள் கைத்தறித் துறையின் ஆலோசகராக அவர் பணியாற்றினார்.

பரோடா திரும்புதல்

கைத்தறித் துறையில் பணியாற்றிய இரண்டாண்டு கால இடைவெளிக்குப் பிறகு, மணி இணை பேராசிரியராக பரோடா திரும்பினார்.

கலை மற்றும் பாணி குறித்த அவரது முடிவுகள் பற்றி பல வகையான கேள்விகளால் அலைக்கழிக்கப்பட்டிருந்த நேரமும் இது. இக்காலத்தில் ஜடப்பொருட்களின் தொகுப்பு ஓவியங்களை (ஸ்டில் லைப்) தீட்டிக்கொண்டிருந்தார்.ஓவியம் தீட்டும் செயல்பாட்டிலேயே பல சோதனைகள் மேற்கொள்ள ஸ்டில் லைப் ஓவியங்கள் வாய்ப்பளித்தன.

சாங்கோ சௌத்ரியுடன் இணைந்து 1961இல் பரோடாவில் வருடாந்திர நுண்கலை கண்காட்சியைத் தொடங்கினார் மணி. இந்த காட்சிகளுக்காக எளிய மக்களை கவரும் விதமாக சிறு நுண்ணிய வேலைப்பாடுகள் அமைந்த பொம்மைகளை தயாரிக்கலானார் மணி. இந்த பொம்மைகளை, துணியும் தோலும் கலந்த கொலாஜ் வகை, களிமண் வகை, மற்றும் மரபொம்மைகள் என்று மூன்று

Photo: Mani with a Mask designed for the Fair

வகையாக பிரிக்கலாம். மேலும், சுவர் ஓவியங்களைப் போன்ற, பிரமாண்ட துணியில் தீட்டப்பட்ட ஓவியங்களையும், நெசவு சிற்பங்களையும் உருவாக்குவதில் பல்வேறு முயற்சிகளை மேற்கொண்டார். நியூயார்க் வர்த்தகக் கண்காட்சியில் இந்திய அரங்கிற்காக மணி உருவாக்கிய சீலை ஓவியங்கள் (டாபச்டிரீஸ்) பலரது கவனத்தை ஈர்த்தது.

1966 இல் ஓவியத்துறையின் பேராசிரியராக பதவி உயர்வு பெற்ற சுப்ரமண்யன் பம்பாயில் (மும்பை) ஒரு ஓவியக் கண்காட்சியை நடத்தினார்.

அமெரிக்கப் பயணம்

இதே ஆண்டு ஜே டி ராக்ஃபெல்லர் III உதவித்தொகை அளிக்கப்பட்டு அமெரிக்கா செல்லும் வாய்ப்பினைப் பெற்றார் மணி.

முன்னர், பம்பாய் கெமோல்ட் ஓவியக் கூடத்தில் நடைபெற்ற ஓவிய கண்காட்சியின்போது அவரது படைப்புகளை மிகவும் பாராட்டிய புகழ்பெற்ற அமெரிக்க ஓவிய விமர்சகர் க்ளெமன்ட் க்ரீன்பெர்க்கை சாந்தித்திருந்தார் மணி. க்ரீன்பெர்க்கின் மரபுசார்ந்த

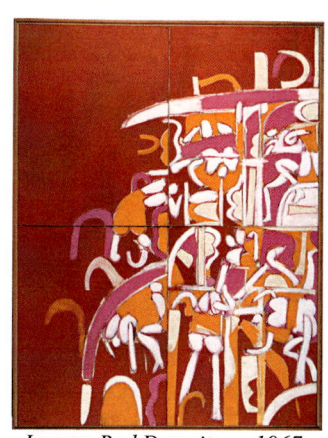
Image: Red Dormitory, 1967

மணி-மொழி

ஓவிய வளர்ச்சியை ஒரு நேர்கோட்டில் சித்தரிக்கும் பார்வையை மிகவும் எளிமை படுத்தப்பட்டது என மணி நிராகரித்தார். மேலும், நவீனத்தை தழுவாத அனைத்தும் அழகுணர்வு அற்றது என்று ஒதுக்கித் தள்ளுவதையும் மணி ஏற்றுக்கொள்ளவில்லை.

அமெரிக்காவில் சுற்றுப் பயணம் மேற்கொண்டபோது, கைவினைப் பொருட்கள் உருவாக்கத்தில் ஈடுபட்டிருந்த கலைஞர்களின் படைப்புகள் மணியை பெரிதும் கவர்ந்தன. ஓலென்பெர்க்கின் மென்மை சிற்பங்கள் (துணி சிற்பங்கள்), மரிலின் லெவின்ஸ் உருவாக்கிய தோல் பொருட்களை உருவகப்படுத்தும் பீங்கான் சிற்பங்கள், ஃப்ராங்கவா க்ரசனின் கயிறு கட்டுமானங்கள் போன்றவை அவரது மனதை கவர்ந்தன. இது போன்ற படைப்புகளின் கலை அம்சம் ஒரு கட்டற்ற படைபாற்றலுக்கு வித்திடுவதாக அவர் உணர்ந்தார். கலை விமர்சகர்களால் போற்றப்படும் படைப்புகளில் தெரியும் கலைஞனின் தனித்துவத்தை நிறுவுவதற்கான பெருமோகமும், கருத்துருக்களின் சித்தரிப்புக்கு கொடுக்கப் படும் முக்கியத்துவமும் மூச்சுமுட்டச் செய்வனவாகவும் மணி உணர்ந்தார்.

சித்திரங்களை கட்டங்களாக (கிரிட்) அமைக்கும் தனது தனித்துவ பாணியை மணி அமெரிக்காவில் இருக்கும்போது தான் கண்டடைந்தார். இந்த உத்தி அவரது சூழலின் நிர்பந்தத்தில் உருவானதாக உணர முடிகிறது. அமெரிக்காவில் தங்கியிருந்த வேளை, அவர் சிறிய அறைகளில் தங்கி பணியாற்றிட நேர்ந்தது. ஆகையால் சிறிய அளவு சட்டகங்களில், பெரிய

Image: Faces, Terracotta, 1976

ஓவியத்தின் பகுதிகளை வரைந்து, பின் அவற்றை இணைத்து பெரிய ஓவியமாக புனையும் சூத்திரத்தை கையாண்டார். மேலும், தான் தங்கியிருந்த அறையின் ஜன்னல் வழி, ஒரு அடுக்கக வீட்டின் பல ஜன்னல் தொகுப்பின் வழியே தென்பட்ட நிலைக்காட்சிகள், பல ஓவிய சட்டகங்களின் தொகுப்பாக மணிக்கு தோன்றியுள்ளதையும் நாம் அறிய முடிகிறது.

மணி-மொழி

Image: Interior with figures, 1974

இந்த கட்டடங்கள் உத்தியை அவரது சுடுமண் சிற்பங்கள் மற்றும் ஓவியங்களில் மீண்டும் மீண்டும் நிரந்தரமாக இடம் பெற்றிருப்பதை காண முடிகிறது. கட்டங்களை இடம்பெயர்த்து புதிய காட்சி மொழியினை உருவாக்கி விட முடியும் என்ற சாத்தியக் கூறு மணியை கட்டங்கள் பால் பெரிதும் ஈர்த்தது. ஓவியங்களை அருவப்படுத்துதல், மற்றும் நவீன பொருள்படுத்துதலில்

தனக்கான ஒரு தனித்துவ பாணியினை இவ்வாறாக மணி வந்தடைந்தார் என்றே கூறலாம்.

அமெரிக்கப் பயணம் முடித்து ஜப்பான் மற்றும் தென்கிழக்கு ஆசிய நாடுகளின் வழியே 1967 இல் மணி தாயகம் திரும்பினார்.

பரோடா 1968-1980

இந்திய ஆர்ட் திரினாலே எனப்படும், மூன்றாண்டுகளுக்கு ஒருமுறை நடக்கும் இந்திய ஓவியச் சம்மேளத்தின் முதல் கூடுதலில் 1968 ஆம் ஆண்டு, மணி தங்கப்பதக்கம் பெற்றார். இதே ஆண்டு, ஒரு வருட பணிக்காலம் கொண்ட ஓவியத்துறையின் முதல்வர் பதவிக்கு அவர் நியமிக்கப்பட்டார். இந்நாட்களில்தான் சனிக்கிழமைகளில் அவர் மாணவர்களுடன் நடத்திய திட்டமிடப்படாத உரையாடல்கள் மிகவும் புகழ் பெற்றன.

1969 ஆம் ஆண்டு அவர் குழந்தைகளுக்கான தனது முதல் புத்தகத்தை வெளியிட்டார். இந்தியாவின் பல்வேறு பகுதிகளில் நிகழ்ந்து கொண்டிருந்த மதக் கலவரங்கள் அவருக்கு மிகுந்த துயரத்தை அளித்தன. அவரை பாதித்த பல்வேறு அரசியல் நிகழ்வுகள் குறித்த தனது எதிர்வினையாக அமைந்த அவரது பல படைப்புகளில் முதலாவதாக அமைந்தது இந்தப் புத்தகம் எனலாம்.

இவ்வாண்டு காந்திஜியின் நூற்றாண்டு விழா ஆண்டாகவும் இருந்ததையடுத்து புதுதில்லியில் காந்தி

தர்ஷனுக்காக சுவர் சித்திரம் ஒன்று தீட்ட மணி தேர்வு செய்யப்பட்டார். அதன் கட்டிட வடிவமைப்பை புகழ் பெற்ற கட்டிட வடிவமைப்பாளர் சார்லஸ் கொரியா மேற்கொண்டார்.

இந்திய அரசு 1975 ஆம் ஆண்டு மணிக்கு பத்ம ஸ்ரீ விருது வழங்கி கவுரவித்தது. இதே ஆண்டு அவர் உலக கைவினை மன்றத்திற்கு தேர்வு செய்யப்பட்டார்.

இந்தப் பொறுப்பில் அவர் கைவினைக் கலைகள் குறித்தும் அவற்றின் முக்கியத்துவம் குறித்தும் ஆஸ்ட்ரேலியா, கனடா, மெக்ஸிகோ போன்ற நாடுகளில் சொற்பொழிவுகள் ஆற்றும் வாய்ப்பைப் பெற்றார்.

1977 இல் அவர் சாந்திநிகேதனில் வருகைதரு பேராசிரியராக பணியாற்ற அழைக்கப்பட்டார். இந்தக் காலத்தில் அவர் அக்ரிலிக் மற்றும் கண்ணாடியை ஊடகமாகக் கொண்டு பல ஓவியங்களை தீட்டினார். அவரது முதல் கட்டுரைத் தொகுப்பு நகரும் குவியம் (மூவிங் போகஸ்) லலித் கலா அகாடமியால் வெளியிடப்பட்டது.

பரோடா கல்லூரியில் அவர் தீட்டிய சுவரோவியம் அவரது ஓவியத்துறைக்கான பங்களிப்பை பறைசாற்றிக் கொண்டிருக்கிறது. பரோடாவில் புதிதாக பங்களிக்க தன்னிடம் எதுவும் இல்லையென்றும் அதை விட்டு விலகும் நேரம் வந்துவிட்டது எனவும் மணி எண்ணினார்.

சாந்திநிகேதனுக்கும், மீண்டும் பரோடாவிற்கும்

1980இல் கலாபவன ஓவியப் பள்ளிக்கு பேராசிரியாக அவர் சாந்திநிகேதனுக்கு திரும்பினார். அங்கு அவர் தீட்டிய சுவரோவியங்களும் பெரிய அளவிலான கண்ணாடி ஓவியங்களும் அவரது தனிப் பெரும் பங்களிப்பிற்கு என்றென்றும் சான்றாக உள்ளன.

1987 இல் க்ரிஸ்டன்சன் உதவித்தொகை அளிக்கப்பட்டு ஆக்ஸ்போர்ட் சென்ற மணி முகலாய அரசவையில்

அதிகாரியாக இருந்த இனாயத் கானை சித்தரிக்கும் பல ஓவியங்களைப் படைத்தார்.

மணியின் கலை, கைவினை மற்றும் நிறுவனங்களை உருவாக்குதல் பங்களிப்பிற்காக 2006 இல் பத்ம பூஷன் விருதும் 2012இல் பத்ம விபூஷன் விருதும் இந்திய அரசால் வழங்கப்பட்டது. சாந்திநிகேதனிலிருந்து ஓய்வு பெற்ற பிறகு பரோடாவிற்கு திரும்பி தனது மகள் உமாவுடன் இறுதிக்காலத்தில் வாழ்ந்துவந்த மணி, 2016 ஆம் ஆண்டு காலமானார்.

முக்கியப் படைப்புகள்

சுவரோவியங்களின் மீதான மணியின் அலாதி பிரியம் பெஹாரி பாபுவிற்கு சாந்திநிகேதனின் இந்தி பவனில் சுவரோவியம் வரைய உதவி செய்ததில் தொடங்கியிருக்க வேண்டும். அது மட்டுமின்றி, நந்தலால் போன்ற சிறந்த ஓவியர்களின் சுவரோவியங்களால் அலங்கரிக்கப்பட்டவை சாந்திநிகேதனின் சுவர்கள். இவையனைத்தும் மணியிடம் பெரும் பாதிப்பை ஏற்படுத்தியிருக்க வேண்டும்.

மேலும், சுவர் ஓவியங்கள் எந்தக் கூடாரத்துள்ளும் அடைத்து விட முடியாதவை. அவை சுதந்திரக் காற்றை நேசிப்பவை, கூடத்தின் பதப் படுத்தப்பட்ட காற்றை அல்ல. அவை பொது மக்களின் பார்வையையும் ஊடுதலையும் வேண்டி நிற்பவை. ஒரு வகையில் இவை அனைத்துமே மணியின் குணங்களாக நாம் பாவிக்கலாம்.

மணி முதன்முதலாக சுவரோவியம் வரைந்தது 1955 இல் நனுபாய் அமினின் வேண்டுதலின் பேரில் ஜோதி

லிமிடெட் எனும் தொழிற்சாலைக்காகத்தான். எதிர் வரும் லண்டன் பயணத்திற்கான செலவிற்கு பயன்படும் எனும் எண்ணத்தில்தான் மணி இதைச் செய்தார். இது எண்ணெய் மற்றும் மெழுகு வண்ணக்கலவையினால் ஒரு பலகையின் மீது தீட்டப்பட்டு உருவாக்கம் பெற்றது. ஒரு தொழிற்சாலையில் பணி புரியும் தொழிலாளர்களையும், பாசனத்திற்கு நீர் இரைக்கும் பம்பின் கிராமிய நிலக்காட்சியினையும் இது சித்தரித்தது.

தாகூரின் நூற்றாண்டு விழாவிற்காக லக்னோ நகரில் ஒன்பது அடி உயரமும் எண்பத்து ஓரடி அகலமும் கொண்ட ஒரு பிரமாண்ட சுவர்—சிற்ப தொகுப்பை சுடுமண் ஓடுகள் கொண்டு நிறுவினார். முன்னர் பரோடாவில், தாகூரின் இருண்ட அரங்கின் அரசன் எனும் நாடகத்திற்காக ஆடைகள்வடிவமைத்திருந்தார் மணி. இந்த நாடகத்தில் இருந்து ஒன்பது காட்சிகளை எடுத்துச் சிற்ப தொகுப்பாக அமைத்திருந்தார் அவர்.

லக்னோ அருங்காட்சியகத்தில் பார்வைக்கு வைக்கப்பட்டிருந்த தொன்மையான பித்ரகாவோன் ஆலயத்தின் சுடுமண் புடைப்பு சிற்பங்களின் தாக்கம்தான் இப்படியான சுடுமண் பதிகற்களை பயன்படுத்தக் காரணம். விழா பொறுப்பாளர்களை இதற்கு சம்மதிக்கச் செய்வது அவருக்கு பெரும் சவாலாக இருந்தது.

சுடுமண் சிற்பங்களைச் சுட அவருக்கு மிகக் குறைந்த வசதிகளே இருந்தன. கியார்சிலால், நந்தகிஷோர் என இரு சுவரோவியக் கலைஞர்களும் சில மாணவர்களும்

மட்டும்தான் அவருக்கு இப்பணியில் உதவியாக இருந்தனர். 13000 பளபளக்கும் ஓடுகள் கொண்டு அமைக்கப்பட்டது இந்த சுவர்—சித்திரம்.

அவரது பெரும்பணிகளில் அடுத்தது,1969 இல் காந்தி நூற்றாண்டு விழாவிற்காக காந்தி தர்ஷனில் பணியாற்ற வாய்ப்புக் கிடைத்தது. இதில் வடிவமைப்பாளர் சார்ல்ஸ் கொரியாவுடன் இணைந்து அவர் பணியாற்றினார்.

மணி-மொழி

எண்ணத்திலும் செயலிலும் காந்திய கொள்கைகளை பின்பற்றி வந்த மணிக்கு இந்தப் படைப்பு மிக நெருக்கமானதாக இருந்திருக்கும்.

இம்முறை மணல் அச்சில் வார்த்தெடுத்த சிமெண்ட் சிற்பங்களைத் தேர்வு செய்தார் மணி. முப்பரிமாண சிற்பங்கள், சுடுமண் புடைப்பு சிற்பங்கள், வண்ண ஆடைகள் ஆகியவற்றின் கலவையாக இதை அவர் மனதில் உருக்கொண்டார். காந்தியின் மூன்று வெவ்வேறு கருத்துக்களை குறிக்கும் விதமாக மூன்று பகுதிகளாக இது வடிவமைக்கப்பட்டது. ஒன்று, வெவ்வேறு மதங்களைக் குறிக்கும் பல ஜன்னல்கள் போன்ற திறப்புகள் கொண்ட பெட்டகம் ஒன்று வடிவமைக்கப்பட்டது. இதன் தாங்குதளத்தில் காந்தியின் பொன்மொழிகள் பொறிக்கப்பட்டுள்ளன.

மணி-மொழி

இரண்டாவது பகுதியில், நீட்டிய கரங்கள் விரிந்து நிற்கும், சுவற்றின் பின்புலத்தில் முட்டை வடிவிலான ஒரு சூரியத்தகடு அமைக்கப்பட்டுள்ளது. இது காந்தியின் கைத்தொழில்களின் மீதான பற்றினை உருவகிக்கிறது. மூன்றாவது கூறு காமதேனுவும் அன்னை தெய்வமும் இணைந்த உருவம். இந்தியாவின் வளம் கிராமங்களில் உள்ளது என்பதை இது குறிக்கிறது. 'கிராமங்கள் அழியும்போது இந்தியாவும் அழிந்துவிடும்' எனும் காந்தியின் மேற்கோள் இங்கு பொறிக்கப்பட்டுள்ளது.

1988 தொடங்கி 2009 வரை சாந்திநிகேதனில் இருந்த பொழுது பல்வேறு கட்டிடங்களில் சுவரோவியங்களை மணி அமைத்தார். முதலாவதாக மணல் அச்சில் வார்க்கப்பட்ட சிமெண்ட் சிற்பம். ஒரு தெருவோரக் கோவிலின் தோற்றம் கொண்டிருந்த இதில் சிங்கத்தின்

மீது வீற்றிருக்கும் துர்க்கை, படகில் பயணிக்கும் நாகதேவதை மானசா, மற்றும் தாமரை மலர்களை கைகளிலேந்தியிருக்கும் கமலே காமினி ஆகிய வங்காளத்தின் பிரசித்திபெற்ற மூன்று தேவியர் சித்தரிக்கப்பட்டுள்ளனர்.

கருப்பு வெள்ளை சுவரோவியம் என அழைக்கப்படும் இன்னொன்று 1990 முதல் 2009 ஆண்டுவரை பலவேறு வளர்ச்சிகளைக் கண்ட ஒன்றாகும். வளர்ச்சியும் சிதைவும் கொண்ட உயிரியல் சூழற்சியினை அனுமதிக்கும்பொருட்டு இந்த ஓவியத்தின் பகுதிகள் எளிதில் சிதையக் கூடிய பொருட்களால் வடிவமைக்கப்பட்டுள்ளது. இது இப்பகுதியில் நிலவி வரும் வழக்கமான, வழிபாட்டிற்காக படைக்கப்படும் வண்ணம் தீட்டிய களிமண் உருவங்கள் பிறகு அழிக்கப்படும் அல்லது சிதைய விடப்படும் கலாச்சாரத்தினை ஒத்ததாகவும் இருக்கிறது.

வங்காளத்தின் கிராமங்களில் தேர்தல் நேரத்தில் கண்ட சுவர் விளம்பரங்களின் அடிப்படையாகக் கொண்டு இந்த சுவரோவியத்தை ஆரம்பித்த இவர் அதை மெருகூட்டி தனது மாணவர்களையும் உருவாக்கத்தில் பங்குபெற அழைத்தார்.

பிக்காசோவும் காளையும் எனும் ஓவியத்தின் போலியாக வரைய ஒதுக்கிய இடத்தில் மலர்களைக்கொண்டு அரக்கர்களுடன் போரிடும் தேவியின் ஓவியம் இடம் பிடித்தது. விஸ்வபாரதியின் நிலைமையை எடுத்துக் காட்டும் ஒரு பூங்கொத்தினை

தின்னும் ஆட்டையும் மணி இதில் சித்திரத்துள்ளார். காலப்போக்கில் சிதைந்துபோன இந்த சுவரோவியத்தினை சீரமைப்பதை விடுத்து அதை அழித்து புதிதாக ஒன்றினை அமைக்க 2009 இல் மணி முடிவு செய்தார்.

மறு ஆக்கம் பெற்ற இந்த ஓவியத்தில் பெரும்பகுதி புராணக் கதைகளிலிருந்து பெறப்பட்டவையாக இருந்தன. கஜேந்திர மோட்சத்தின் சித்தரிப்பினூடே விஸ்வபாரதி எனும் மாபெரும் நிறுவனத்தினை பாதித்திருக்கும் பிரச்சினைகளை குறிப்பிட்டுள்ளார். கருட வாகனத்தில் விஷ்ணுவும் உயிர்காக்கும் மூலிகைகளைக் கொண்ட கந்தமாதன மலையை கையிலேந்தி பறக்கும் அனுமாரும் விஸ்வபாரதியை காக்க விரைகிறார்கள் போலும்.

இறுதியாக சாந்திநிகேதனில் அவர் மேற்கொண்ட பணி நந்தலாலின் ஓவியக்கூடத்திற்கான சுவரோவியமாகும். நந்தலாலிடம் மணிக்கிருந்த பெருமதிப்பிற்கும் நந்தலாலின் நுண்ணுணர்வுகள் குறித்த மணியின் புரிதலுக்கும் சான்றாக இவ்வோவியத்தின் வடிவமைப்பு அமைந்துள்ளது. இதை நிறுவுவதை விளையாட்டாகச் செய்ய அவர் மனம் ஒப்பவில்லை. அது நிலையானதாகவும் மரியாதைக்குரியதாகவும் அமையவேண்டும் என மணி எண்ணினார். இதற்காக வண்ண ஓவியமும் தோல் பொருட்களை சித்தரிக்கும் சுட்ட மண் ஓடுகளையும் பயன்படுத்தினார். வளர்ச்சியை மைய கருத்தாகக்கொண்டு கிராமியக்கலையின் அம்சங்களையும் இணைத்து இதை வடிவமைத்தார் மணி. தாகூர், அபணீந்த்ரநாத், நந்தலால் ஆகியோரது நூல்களிலிருந்து படைப்பாற்றல் குறித்த வாக்கியங்களையும் இதில் எழுதி வைத்தார்.

2016 ஆம் ஆண்டு அவரது இறுதி மூச்சு வரையிலும் படைப்பாற்றலும் ஆர்வமும் மிகக் கொண்டு, பரிசோதனை முயற்சிகள் பலவற்றை மேற்கொண்டிருந்தார் மணி. உடற்கூறியல்

Image: Lessons in Anatomy 1, 2008

பாடங்கள் 1—5 எனும் தலைப்பில் கிரண் நாடார் முசியமிற்காக அவர் உருவாக்கிய சுடுமண் ஓடுகளின் மீது புனையப் பட்ட சிற்பங்களும், 1970 இல் வங்காளதேசப் போரின் முடிவில் மணி படைத்த சிற்பங்களின் நீட்சியாக இவற்றைக் காணலாம். மரபுகளின் போர் எனும் சுவர்—சித்திரம் வகை ஓவியம் 2014 இல் இந்திய கலை விழாவில் காட்சிப்படுத்தப்பட்டது. போரினால் அலைக்கழியும் உலகு குறித்த காட்சி அனுபவம் செறிந்த 'கருப்பு வெள்ளை' ஓவியமும் கலையுடனும் சமூகத்துடனுமான அவரது தொடர் உரையாடல்களுக்கு சாட்சியமாக உள்ளன.

சிறார்களுக்கான ஓவியம்

இந்த நுட்பமான சுவரோவியங்களை விடுத்தோமேயானால், குழந்தைகளுக்கான அவரது படைப்புகள்தான் கலைத்துறைக்கு அவரது என்றென்றும் நிலைத்து நிற்கும் பங்களிப்பு எனலாம். பரோடாவில் வாழ்ந்தபோது ஒவ்வொரு ஆண்டும் நுண்கலை கண்காட்சிக்காக பொம்மைகள் செய்வதை வழக்கமாக கொண்டிருந்தார் மணி. சாந்திநிகேதன் மேளாக்களின் நீட்சி இந்த கண்காட்சிகள். இந்த ஆர்வத்தின் ஊற்று தாகூரின் எளிமையான

பொம்மைகளும் நந்தலாலின் கலைத்துவம் மிக்க பொம்மைகளும் தான்.

பரோடாவில் செய்யப்பட்ட பொம்மைகள் மரமும் தோலும் கலந்த கொலாஜ் வகையினைச் சார்ந்தோ, களிமண்ணினால் செய்யப்பட்டவையோ ஆகும். இப்பட்டியல் முகக்கவசங்கள், ஆடைகள், பொம்மலாட்டத்திற்கான அலங்காரங்கள் என வளர்ந்தது. அவரது துறையில் பணியாற்றி வந்த கியார்சிலால் வர்மா எனும் சிறந்த கட்டிடக் கலைஞரும் சுவரோவிய கலைஞருமான ராஜஸ்தான் மாநிலத்தை சேர்ந்தவர். இவர் மணி வடிவமைத்த கலைநயம் மிக்க பொம்மைகளை பெரும் எண்ணிக்கையில் உருவாக்க உதவினார். இந்த மிருக பொம்மைகளுக்காண மாதிரிகள் பெரும்பாலும் நீதிக்கதைகளில் சித்தரிப்புகளில் இருந்து பெறப்பட்டன. எடுத்துக்காட்டாக, இணைக்கப்பட்ட மரத்துண்டுகளால் செய்யப்பட்ட மீன், ஒரு துடிப்பும் தடிப்பும் மிக்க உணர்வினை அளிக்கும். சொந்தக் கைகளால் உருவாக்குவதன் மீதான உறுதியான நம்பிக்கையைப் பறைசாற்றுகிறது, மணிக்கு பொம்மை செய்வதன் மீதிருந்த முடிவற்ற காதல்.

சுப்ரமண்யனின் கிறுக்கல்களும் சித்திர முயற்சிகளும் சிறார் சித்திரப் புத்தகங்களாகும் மதிப்பு பெற்றன. இந்தப் புத்தகங்களின் வழியாக பல சமாகலத்திய வேடிக்கை கருத்துக்களை ஓவியமாக்கும் வழிகளை கண்டடைய முயன்றார் மணி.

மணியின் ஓவிய-மொழியின் வளர்ச்சி மற்றும் சாராம்சங்கள்

மணியின் எழுபதாண்டு கால ஓவியப் பணியின் முக்கிய அம்சம் அவர் தொடர்ந்து வெவ்வேறு ஊடகங்களைத் திறம்பட கையாண்டு வந்தார் என்பதாகும். சுடுமண் சிற்பங்கள், மர பொம்மைகள், கண்ணாடி ஓவியங்கள், புத்தக வடிவமைப்பு, சுவரோவியங்கள் என பல வகமைகளிலான படைப்புகளை அவர் படைத்தது வந்தார். அவரது படைப்புகளில் தோன்றும் உருவங்கள் பல்லுருத்தோற்றம் கொண்டவையாகவும், தட்டையானவையும், கேலிச்சித்திர தோற்றங்களாகவும் பன்முகத்தன்மை வாய்ந்தவையாக உள்ளன. அவை பெரும்பாலும் தோல்பாவை உருவங்களை நினைவுப் படுத்துபவையாக உள்ளன.

அவர் தனக்கென தனித்துவம் மிக்க ஒரு பாணியினையும் ஓவிய மொழியினையும் கண்டடைய தொடர்ந்து முயற்சித்து வந்தார். ஒரு காட்சியின் இயற்கை தன்மையினையும் அழகமைதியையும் பிழிந்தெடுத்து விட்டு அதனுள் தன் பாணியிலான

சூரியகாந்தியுடன் பெண், 1952

ஒரு புது மொழியினை கலந்து படைக்கப்பட்டவை அவரது ஓவியங்கள் எனத் தோன்றுகின்றன. மணியின் எழுபதாண்டுகால ஓவிய வாழ்வின் ஊடே பயணிக்க, கலைகள் குறித்து அவரது கருத்துக்களையும் பார்வையையும் பதிவு செய்யப்பட்ட அவரது கட்டுரைகள் நமக்குத் துணை நிற்கின்றன.

துரதிர்ஷ்டவசமாக மணியின் கல்லூரிக்கால ஓவியங்கள் குறித்த அதிக தகவல்கள் ஏதும் நமக்கு கிடைக்கவில்லை. அவர் பரோடாவிற்கு சென்ற போது அவற்றை ராம் கிங்கரின் அறையில் விட்டுச்

சென்றிருக்க அவற்றை கரையான் அரித்து விட்டதாக அறிய முடிகிறது.

கலாபவன முன்னோடிகளின் பாணியின் தாக்கத்தை 1952 இல் அவர் வரைந்த சூரியகாந்தியுடன் பெண் எனும் ஓவியத்தில் காணலாம். கல்லூரி முடித்தவுடனான அவரது படைப்புகளிலும் இத்தாக்கத்தினை உணர முடிகிறது. பரோடாவிற்கு சென்ற பிறகு பெந்த்ரே போன்றவர்களுடன் பணிபுரிய தொடங்கிய காலத்தில்

மூன்று பெண்கள், 1949

வங்காளப் பள்ளி ஓவியன் எனும் வட்டத்திற்குள் அடைபட்டுவிடக் கூடாது எனும் எண்ணம் திடமாக அவருள் எழுந்திருக்க வேண்டும்.

இந்தப் புரிதலுடன் பார்த்தால் 1949 இல் *மூன்று பெண்கள், 1953 இல் தாயும் சேயும் படம்: பக்—13)* போன்ற படைப்புகளில் க்யூபிஸ பாணியின் சோதனை முயற்சிகளை காண முடியும். சிந்தெட்டிக் கியூபிஸம் எனும் பொருட்களை வரைகலை வடிவங்களாக சித்தரிக்கும் பாணியினை இக்காலக் கட்டத்தில் பெரிதும் கையாண்டார். பொருட்களை ஒரு தொகுப்பின் நடுவேயோ அல்லது ஒரு குறிப்பிட்ட சூழலின் மத்தியிலோ சித்தரிக்கும்போது இந்தப் பாணி உகந்ததாக உள்ளது. தனது ஆழ்மனதில் வேரோடியிருந்த கலாபவன முன்னோடிகளின் தாக்கங்களை வெட்டி விட்டு புதிய திசைகளில் பயணிக்க ஒரு முயற்சியாக இதைக் காணலாம்.

இந்தப் பரிசோதனை முயற்சிகள் 1961 இல் ஜடப் பொருட்களின் தொகுப்பு தொடர் (ஸ்டில் லைப் சீரிஸ்) ஓவியங்களை படைக்கும் வரை தொடர்ந்தது. அவரது கல்வி மற்றும் ஓவிய நாட்டங்களை விடுத்து சிறிதுகாலம் கைத்தறி வாரியத்தில் பணியாற்றிவிட்டு ஓவிய தூரிகைக்கு திரும்பிய காலத்தில் தீட்டப்பட்டவை இந்த தொகுப்பு ஓவியங்கள்.

இந்த தொகுப்பு ஓவியங்கள், பொருட்களின் நிஜ உருவத்தை மறந்து ஓவியரின் உள்ளத்தில் உருவான அவற்றின் சித்திரத்தை மேலெழச் செய்து, தீட்டப்படும்

போதே இயல்பாக மாறுபட்ட உருத்தோற்றம் பெறுகின்றன. ஓவியரின் மனப்பதிவுகளை காட்சி மொழியாக்கி பதிவு செய்யும் வாய்ப்பாக இந்த வகை ஓவியங்கள் அமைகின்றன. க்யூபிஸத்தின் படிநிலைகளை தவிர்த்துவிட்டு ஒரு பின் க்யூபிஸ மொழியை அடையும் முயற்சியாக இவற்றைக் கருதலாம்.

பரோடாவிற்கு திரும்பிய சில காலத்திலேயே மணி தனது முதல் பிரம்மாண்ட படைப்பை உருவாக்கினார். இது தாகூரின் நூற்றாண்டிற்காக லக்னோ நகரத்தில் கட்டப்பட்ட ரவிந்திராலய என்னும் நிகழ்த்துக் கலை கூடத்திற்காக சுடுமண் ஓடுகளைக் கொண்டு அவர் உருவாக்கிய சுவர்—சித்திர—சிற்பத் தொகுப்பு. இந்தப் படைப்பு மணி கைவினைக் கலைகள் மீது

கொண்டிருந்த அபார மதிப்பைக் காட்டுவதாக உள்ளது.

70 களில் அவர் உருவாக்கிய கண்ணாடி ஓவியங்களைத் தன் பாணியிலான பஜார் ஓவியங்கள் என்று குறிப்பிடுகிறார் மணி. இவற்றுள் நாம் அன்றாட காட்சியில் காணும் கவர்ச்சி அம்சங்கள் மிகைப் படுத்தப்பட்டு ஒரு புது பாணியை சோதனை செய்கிறார் மணி. பிற்காலத்தில் இதே அம்சங்களை அவர் அக்ரிலிக் ஷீட்டில் உருவாக்கிய ஓவியங்களிலும் காண முடிகிறது. இவற்றுள் ஒரு விதஎள்ளலும், நக்கலும், உருவங்களின் சீர்மையை குலைக்கும் ஒருவித சிதைவும் காணப் படுகின்றன. இந்த உருவங்கள் சின்னமயமாக்கலுக்கும்

Image: Radha and Krishna, 1980   *Image: Woman in the Blue room, 1981, reverse glass painting*

Image: A print from the Devi Series, 2009

பஜார் மயமாக்கலுக்கும் இடையேயான ஒரு ஓவிய மொழியை குறித்து நின்றன.

கீதா கபூர் இந்த ஓவியங்களை மிதக்கும் ஓவியங்கள் என்று குறிப்பிடுகிறார்.

பிற்பாடு சாந்திநிகேதனுக்கு திரும்பிய பிறகு பல்லுருவத்தோற்றம் எனும் பொருள்கொண்ட பஹுரூபி என சொல்லப்பட்ட கவித்துவமும் வேடிக்கையும் பன்முகத்துவமும் ஒருங்கமைந்த உருவங்களை வரைந்தார். நமக்கு மிகவும் பரிச்சயமான துர்க்கை, மணியின் ஓவிய மொழியில் பல படிமங்களும்

சாத்தியங்களும் நிறைந்த புதிரின் திரட்சியான பஹுரூபியாகத் தோன்றுகிறாள்.

"நான் காணும் உலகம் ஒரு மாயக்கதை உலகம்.அது அசாதாரணமானது. கைக்கு எட்டாதது. தோற்றம் மாற்றிக் கொண்டே இருக்கும் தன்மை கொண்ட அமைப்புடையது. எதிரும் புதிருமானது" என்பார் மணி.

அவரது படைப்புகள் வெறும் காட்சித்தொகுப்புகள் அல்ல, மாறாக சிந்தையைக் கிளரும் திருவின் உருவமது.

மணி தான் எடுத்துக்கொண்ட ஊடகம் தன் படைப்பின் வாயிலாகபேச வேண்டும் என்ற நோக்கத்துடன்தான் படைப்புகளை உருவாக்கினார். 'எனக்கு தனிப்பட்ட பாணிஎன்பது முக்கியம் அல்ல. எனக்கெனஒரு தனிப்பட்ட மொழியை நான் கண்டுகொள்ள விழைகிறேன். இதன் மூலம் நான் என்ன மாதிரியான உணர்வுகளுக்கு உருவம் கொடுக்கப் போகிறேன் என்பதே எனது முதன்மை விசாரமாக உள்ளது. எனது சிந்தனை போக்குகளும், மன ஓட்டங்களும் வெளிப்பட ஏதுவான ஊடகத்தை தேர்ந்தெடுத்து, அவற்றிற்கு வடிவம் கொடுக்க முனைகிறேன்.'

தனது கோட்டோவியங்கள் பற்றி கூறும் போது,' இவை எந்த ஒரு பொருளையும் குறிப்பிடுவன அல்ல. அவை என் மனம் காட்டும்வித்தைகள். அவை சில நேரம் கேலிச்சித்திரங்களாகவும் சிலபோது மாயச் சித்திரங்கள் எனவும் பல தோற்றங்கள் எடுத்த வண்ணம் உள்ளன.' என்கிறார்.

முற்போக்காளர்களுடன் தன்னை அடையாளப்படுத்த முடியாமை குறித்து மணி சுருக்கமாக இப்படிச் சொல்கிறார்,"முற்போக்கு ஆதரவாளர்களுடன் என்னை ஒருபோதும் இணைத்துக்கொள்ள முடிந்ததில்லை. எனது உலகில் எல்லாவற்றிற்கும் இடம் உள்ளது; ஒன்றை வேறொன்று அழிப்பதில்லை. எதுவெல்லாம் அழிகிறதோ அது அதன் சொந்த பலவீனத்தினால் மட்டுமே அழிகிறது."

மணி-மொழி

ஓவியம் குறித்த அவரது எழுத்துக்கள்

ஓவியங்கள் குறித்து விரிவாக எழுதியுள்ளார் மணி. ஓவிய உலகத்துடன் தனது எழுத்து வழியாகவும் உரையாட அவரால் முடிந்தது என்ற அளவில் அவர் தனித்துவம் வாய்ந்தவர். குலாம் முகம்மது ஷேக் ஒரு பத்திரிக்கையைத் தொடங்கியபோது மணி அதற்கு தொடர்ந்து கட்டுரைகளை பங்களித்தார். ஓவிய உலகின் முக்கிய சமகால பிரச்சனைகளை அவரது கட்டுரைகளில் மணி கையாண்டார். தமது பாரம்பரியத்திலிருந்தும் கலாச்சாரத்திலிருந்தும் ஒரு ஓவியன் எப்படி படைப்பூக்கம் பெறலாம் என்பது போன்ற கேள்விகளுக்கான விடைகளை அவரது கட்டுரையில் காணலாம்.

ஆனந்த குமரசாமியின் ஓவியம் குறித்த எழுத்துக்களின் மீது மணி பெரும் மதிப்பு கொண்டிருந்தார். இருப்பினும் அவரது சில கருத்துக்களுடன் மணி மாறுபடவும் செய்தார். அவரது பல கட்டுரைகளில் இதைப்பற்றி விரிவாக எழுதியுள்ளார். ஒரு சமூகத்தின் கலாச்சாரத்தின் வளர்ச்சிக்கு அதன் கைவினைக் கலைகள் முக்கிய பங்காற்றுகின்றன என குமாரசாமி உறுதியாக நம்பினார். இதையே மணியும் தன் வாழ்நாள்

முழுதும் தனது கலை மற்றும் கருத்துக்கள் வழியே வலியுறுத்தி வந்தார்.

அவரது கட்டுரைகள் 'Moving Focus', 'The Living Tradition', 'The creative circuit' மற்றும் 'The magic of making' தொகுப்புகளாக பிரசுரமாகியுள்ளன.

ஒரு அனுமானத்திலிருந்து, திட்டவட்டமான புரிதலை அடைந்து, அடுத்து இன்னொரு அனுமானத்தை நோக்கிப் பயணப்படும் மணியின் இந்த வேட்கையினை அவரது கட்டுரைத் தொகுப்பான நகரும் குவியம் (மூவிங் போகஸ்)எனும் நூலிலிருந்து அறியலாம்.

ஓவியம், அதன் வெளிப்புற தோற்றத்தை தாண்டி, பரிச்சயமான பாதைகளை விடுத்து, பல்வேறு புதிய திறப்புகளை, பரிமாணங்களைக் காட்டி காண்பவரைத் திளைக்கச் செய்வது தான் ஒரு சிறந்த ஓவியத்தின் பணி.

"என்னை சுற்றிலும் நான் காணும் பொருட்களுடனான ஒரு அன்னியோன்னிய உரையாடலில் நான் எப்போதும் இருப்பது உண்டு. இந்த உரையாடலில் ஒரு கிளர்ச்சி ஏற்படும் தருணத்திற்காக காத்திருப்பதுண்டு. அத்தருணத்தில் எதிர்படும் சாதாரணக் காட்சி என்னுள் ஒரு கதைத்துவம் மிக்க காட்சியாக உருபெரும்." இவ்வகையிலான அன்றாட காட்சிகளை புதுக்கதைத்துவமிக்க கட்சியாக்கும் முயற்சியை அவரது

பல ஓவியங்களில் காணலாம். 1980 இல் லண்டனில் அவர் படைத்த இனாயத் கானை கதாபாத்திரமாக சித்தரிக்கும் ஓவியங்கள் இந்த வகையைச் சேர்ந்தவை என்று நாம் காண முடிகிறது. இதைப்பற்றி மணி கூறுகையில்,

என்னைப் பொறுத்தவரையில் அருவமும் யதார்த்தமும் எதிரான நிலைபாடுகள் அன்று. எனவே முகங்கள், உருவங்கள், நிலவெளி, பொருட்களின் தொகுப்பு என கண்ணில் படும் அனைத்தும் எனக்கு ஒரு திளைப்பை ஏற்படுத்துகிறது. எனது முதிய வயதில் அவை எனக்கு வித விதமான ஜாலங்கள் காட்டி பற்பல மயக்கங்களைத் தருகின்றன. இம்மாதிரியான பல ஜாலங்கள் காட்டும், முன்முடிவுகளற்ற ஒரு பார்வையின் மூலம் காணும்போது உருக்குலைந்த உடலிலிருந்து உற்றுநோக்கும் பிதுங்கிய விழிகளுடன் ஜகாங்கீர் கால ஓவியங்களில் கண்ட இனாயத் கானின் உருவத்தை என் ஓவியங்களில் ஒரு பாத்திரமாக்கினேன்.

(ஜஹாங்கீர் வேடிக்கையாக தனது அரசவை ஓவியரைக் கொண்டு இனாயத் கானின் சிதையும் உடலை படமாக்கி வைத்திருந்தார். திடகாத்திரமான உடலமைப்பு கொண்டிருந்த இனாயத் கான் அபினிக்கு அடிமையாகி உயிரிழக்கும் நிலையை எட்டியிருந்த போது இந்தக் கூற்று அரங்கேறியது)

மணியின் கொடை

பாம்பே, கல்கட்டா, மெட்ராஸ், நகரத்து நவீன ஓவியர்களிடமிருந்து தனித்து நின்றார் மணி. அவர் எளிதாக ஏதாவது ஒரு குழுவில் இணைந்து தனது அடையாளத்தை தொலைத்திருக்கக் கூடும். எந்த ஒரு பெரும் கருதுகோளுடனும் இணைந்துக் கொள்ளாமல் தனித்து செயல்பட முடியும் என்பதை மணியின் கலை வாழ்வு நமக்கு எடுத்துக் காட்டுகிறது. இயற்கையுடனும், ஒருவரது அனுக்கச் சூழலுடனும் இணைந்து செயல்படுவதே ஒரு கலைஞனுக்கு உகந்தது என்பதை அவர் வலியுறுத்தினார்.

அவர் பரோடாவில் பணியாற்றிய காலத்தில் மீரா முகர்ஜீ, புஷ்பமாலா போன்ற தனித்துவம் வாய்ந்த பாதையை அமைத்துக்கொண்ட பல கலைஞர்களின் மீதும் தனது பாணி மற்றும் செயல்பாடுகளின் மூலம் பெரிய பாதிப்பை ஏற்படுத்தினார்.

மணியின் கலை மற்றும் வாழ்வு பற்றி விரிவான தகவல்களைப் பெற வாய்ப்பளித்த பேராசியர் சிவக்குமாருக்கும் சீ கல் (sea gull) அமைப்பின் நவீன் கிஷோருக்கும் நாம் பெரிதும் கடமைப்பட்டுள்ளோம். மணியின் வாழ்வு மற்றும் கலையின் பன்முகத்தன்மையினை வெளிச்சமிட்டு

காட்டுவன பேராசிரியர் சிவக்குமாருடனான விரிவான உரையாடல்கள். Open frame ஊடக நிறுவனத்தின் சேதன் ஷாவின் நேர்காணல்களும் மணியின் கலை பயணத்தைப் பற்றி அறிய ஒரு நல்வாய்ப்பாக உள்ளது. மணி தனது வாழ்வும் கலையும் குறித்து ஒரு திறந்த புத்தகமாகவே வாழ்ந்து வந்துள்ளார்.

நூற்றாண்டு விழா

மணியின் நூற்றாண்டு விழா நாடு முழுவதும் பெரிய அளவில் கொண்டாடப்படுகிறது.

இமாமி ஓவியக் காட்சிக் கூடம் பிரபல ஓவிய மதிப்பீட்டாளர் நான்சி அடஜானிய தேர்ந்தெடுத்த மணியின் ஓவியங்களின் கண்காட்சி ஒன்றினை ஏற்பாடு செய்துள்ளது. இதில் பெரும்பாலும் மணியின் ஓவியங்களில் விரிந்திருக்கும் எள்ளலையும் நகை உணர்வையும் பிரதிபலிக்கும் படைப்புகளைக் காட்சிப் படுத்தப் பட்டன.

டில்லியின் வதேரா காலரி, மணி தன் இறுதி நாட்கள் வரை படைப்பாக்கம் மிகுந்தவராக திகழ்ந்ததை எடுத்துக்காட்டும் விதமாக, ‘தெ லாஸ்ட் டிகேட் ‘ என்ற மணி தனது கடைசி பத்தாண்டுகளில் உருவாக்கிய படைப்புகளைக் காட்சிப் படுத்தியது.

சென்னையில் தக்ஷிண சித்ரா அமைப்பு ‘தி டேல் ஆப் த்ரி சிட்டிஸ்’ எனும் தலைப்பில் மணி, நியூயார்க்,

ஆக்ஸ்ஃபோர்ட் மற்றும் சீனப் பயணத்தின்போது உருவாக்கிய படைப்புகளை காட்சிப்படுத்தியுள்ளது.

டில்லியின் ஆர்ட் ஷிலா, ஆசிய ஆர்கைவ்ஸில் இருந்து தேர்ந்தெடுக்கப்பட்ட மணியின் படிப்புகளை பேராசிரியர் சிவக்குமாரின் உதவியுடன் ஒருங்கிணைத்துள்ளது.

பேராசிரியர் சிவக்குமார் கூறுவதுபோல,

'சுப்ரமண்யன் ஒரு சிறந்த ஓவியர், (சுவர்) சித்திரக்காரர், அச்சு உருவாக்கக் கலை வல்லுனர்,சிறந்த வடிவமைப்பாளர், சீலை ஓவியர், சிறந்த எழுத்தாளர், குழந்தைகளுக்கான சிறந்த விளக்கப் படங்கள் உருவாக்கியவர், எழில் மிகு பொம்மைகள் பல செய்தளித்தவர், சிறந்த சிந்தனையாளர், தன் கருத்துக்களை தெளிவுடன் எடுத்துரைக்க கூடியவர் என்று எல்லா அம்சங்களும் ஒருங்கே அமைந்தவர். அவர் கைவினைக் கலைஞர்களின் பாரம்பரிய அறிவை நவீன ஓவிய உலகத்திற்கும், நவீனத்தின் சிந்தனைக் கூறுகளை பாரம்பரிய கலைகளுக்கும் என எளிதில் கருத்தாடடக் கூடியவராக மணி திகழ்ந்தார். இது அவரது கலைப் படைப்புகள் மற்றும் அவரது தனித்துவமிக்க ஆளுமைக்கும் அடையாளமாக விளங்கியது.'

மேற்கோள்கள்:

1. K.G. Subramanyan, a Retrospective, By R. Siva Kumar, K. G. Subramanyan 2003, published by NGMA.
2. Mid Century Ironies: K.G.Subramnayan by Geeta Kapur in When was Modernism, published by Tulika Books.
3. Moving Focus, by K.G. Subramanyan, Seagull 2006.
4. The Triumph of Modernism by Partha Mitter, Reakton Books, 2007.